Matuto ng Hula
Nandoon sila
kasama si Lani

Marcy Schaaf

Tagalog / English Bilingual

Aloha, Maligayang pagdating muli sa magagandang isla ng Hawaii, kung saan ang karagatan ay kumikinang sa sikat ng araw at ang musika ay marahang umaagos sa himpapawid. Sa aklat na ito, sasamahan mo si Lani habang tinutuklas niya ang hula ‘auana, ang modernong istilo ng pagsayaw ng hula na may kasabay na matamis at malamyos na mga awitin.

Ang hula ‘auana ay kaaya-aya at nagpapahayag. Nagkukuwento ito ng pag-ibig, mga bulaklak, mga bahaghari, at ang kagandahan ng mga isla. Sa bawat umaagos na galaw, ibinabahagi ng mga mananayaw ang kagalakan, kabaitan, at ang diwa ng aloha.

Kaya't isuot ang iyong mga paa sa pagsasayaw, makinig sa musika, at simulan natin ang masayang pakikipagsapalaran na ito kasama si Lani at ang kanyang matalinong lola na si Tutu. Aloha at hayaang tumugtog ang musika!

Table of Content

Talambuhay ng Awtor: Marcy Schaaf Si Marcy Schaaf ay isang awtor ng aklat pambata na kinikilala sa buong mundo dahil sa kanyang natatanging kakayahang magdala ng mga totoong pangyayari at kasalukuyang paksa sa mundo ng mga batang mambabasa. Mula sa paggalugad sa hinaharap ng teknolohiya—tulad ng paggamit ng AI upang magplano ng perpektong bakasyon—hanggang sa pagbibigay-kapangyarihan sa mga kuwento tungkol sa pagiging non-binary, autism, at ang sining ng conversation mapping, ang mga gawa ni Marcy ay napapanahon at nakapagpapabago.

Isang tunay na mamamayan ng mundo, si Marcy ay nakapaglakbay na sa buong mundo, humuhugot ng inspirasyon mula sa masiglang kultura ng Grenada, sa nakamamanghang kagandahan ng Hawaii, at sa walang-kupas na alindog ng Italya, kung saan siya ngayon ay tinatawag na tahanan. Ang kanyang mga gawa ay tumatatak sa mga mambabasa mula sa lahat ng sulok ng mundo, at ang kanyang pagkukuwento ay sumasalamin sa kayamanan ng magkakaibang karanasang ito. Ang makabagong boses ni Marcy ay hindi lamang nagbigay sa kanya ng mga tapat na mambabasa kundi itinatag din siya bilang isang puwersang pampanitikan na may misyong hikayatin ang mga batang isipan na unawain ang mga kasalimuotan ng ating mundo. Ang kanyang kakayahang gawing madaling maunawaan at kapana-panabik para sa mga bata ang mga paksang tulad ng impluwensya at pagsasama ng social media ang dahilan kung bakit siya naging kilalang pangalan.

At ang kanyang eksklusibong Programang Para sa mga Miyembro LAMANG na nagbibigay sa mga tagahanga ng access sa mga bagong-bagong kwentong hindi makukuha sa mga retail market, mga behind-the-scenes na nilalaman, at mga pananaw sa kanyang proseso ng paglikha. Maaaring pumili ang mga miyembro mula sa 15 wika, makatanggap ng buwanang pagpapadala ng libro, at mag-unlock ng mga espesyal na nilalaman na idinisenyo para lamang sa kanila. Kasama rin sa programang ito ang mga kaganapang para lamang sa mga miyembro na imbitado sa buong mundo at isang pribadong mensahe mula sa may-akda sa iyong kaarawan. Taglay ang pusong mahilig magkuwento at ang pagkahilig niyang magbigay-inspirasyon sa susunod na henerasyon, patuloy na itinutulak ni Marcy Schaaf ang mga hangganan, isang di-malilimutang aklat sa bawat pagkakataon.

On a bright morning
in Hawaii, young
Lani heard
soft music playing.

Isang maliwanag na umaga sa Hawaii, nakarinig ang batang si Lani ng mahinang musika.

She asked her grandmother,
"Tutu, what is that
beautiful song?"

Tinanong niya ang kaniyang lola, "Tutu, ano ang magandang awitin?"

"That is hula ʻauana music,"
Tutu said.
"It is the modern hula."

"Iyon ay hula auana music,"
sabi ni Tutu.
"Ito ang modernong hula."

"Can you teach me
'auana?" Lani asked.

"Pwede mo ba akong turuan?" tanong ni Lani.

"Of course, Lani,"
Tutu smiled.
"'Auana tells sweet stories."

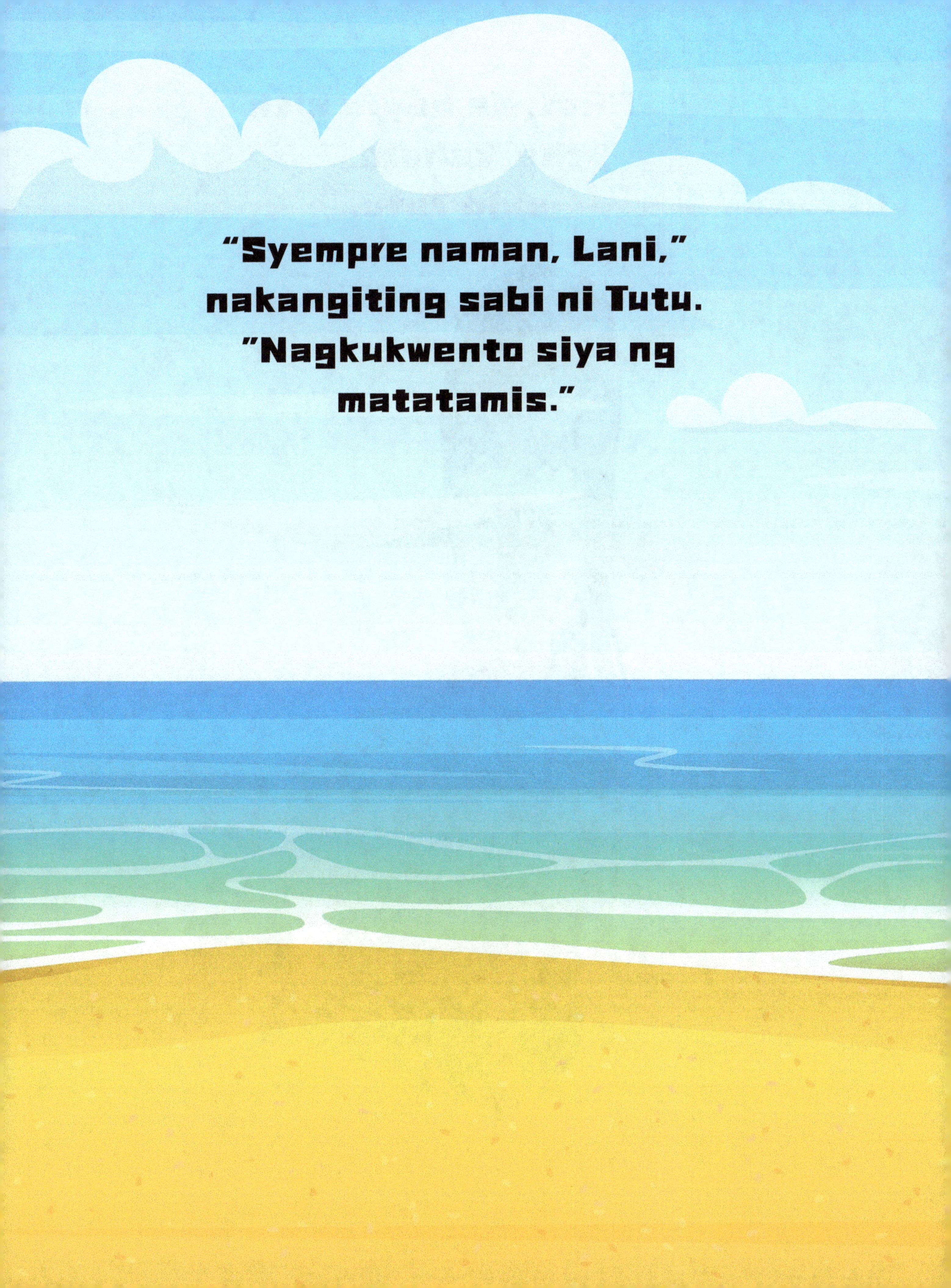

"Syempre naman, Lani,"
nakangiting sabi ni Tutu.
"Nagkukwento siya ng
matatamis."

"First, we begin with
the 'kaholo,'"
said Tutu.

"Una, magsisimula
tayo sa 'kaholo,'"
sabi ni Tutu.

"But in 'auana,
we move softly
and smoothly."

"Pero sa 'auana,
mabagal at
maayos ang ating
paggalaw."

Lani stepped side to side,
like gentle ocean waves.

Humakbang si Lani nang patagilid, parang banayad na alon sa karagatan.

"Next, we use
graceful hands,"
Tutu explained.

"Susunod, gagamit tayo ng magagandang kamay," paliwanag ni Tutu.

"Our hands tell stories
of flowers and love."

"Ang ating mga kamay ay nagkukuwento ng mga bulaklak at pag-ibig."

Lani moved her hands
like petals in the breeze.

Parang mga talulot na nililipad ni Lani ang kanyang mga kamay sa simoy ng hangin.

"Now, try the 'hela,'"
said Tutu.

"Ngayon, subukan mo ang
'hela,'" sabi ni Tutu.

"Step forward
with light feet."

"Humakbang pasulong nang magaan ang mga paa."

Lani stepped forward
and back,
feeling balanced
and calm.

Humakbang paharap at paatras si Lani,
nakaramdam ng balanse at kalmado.

"In ʻauana,
we smile gently,"
Tutu said.

"Sa auana, marahan
kaming ngumingiti,"
sabi ni Tutu.

"The dance shares happiness."

"Ang sayaw ay nagbabahagi ng kaligayahan."

Lani swayed her hips
softly to the music.

Marahang iginalaw ni Lani ang kanyang balakang kasabay ng musika.

She felt the sunshine,
the breeze,
and the warmth
of aloha.

Naramdaman niya ang sikat
ng araw, ang simoy ng
hangin, at ang init ng aloha.

"Hula ʻauana is
a celebration,"
Tutu explained.

"Ang Hula 'auana ay
isang pagdiriwang,"
paliwanag ni Tutu.

"It shows the beauty
of Hawaii."

"Ipinapakita nito ang kagandahan ng Hawaii."

Lani danced
with flowing arms
and light steps.

Sumayaw si Lani gamit ang dumadaloy na mga braso at magaan na hakbang.

She felt joyful
and free.

Masaya at malaya ang kanyang pakiramdam.

"Hula is a gift,"
Tutu said.

"Ang hula ay isang
regalo," sabi ni Tutu.

"It grows and changes,
but it always shares aloha."

"Lumalaki at nagbabago ito,
ngunit palagi itong
nagbabahagi ng aloha."

Lani's heart was full
of music and love.

Ang puso ni Lani ay puno ng musika at pagmamahal.

She danced ʻauana
with grace,
joy,
and the spirit
of Hawaii.

Sumayaw siya ng 'auana nang may kaaya-aya, kagalakan, at taglay ang diwa ng Hawaii.

Hawaiian Words and Their Meanings

Tutu
Meaning: Grandmother
Explanation: In Hawaiian culture, "Tutu" is a term of endearment and respect for a grandmother. It signifies the wisdom and nurturing nature of elders.

Kaholo
Meaning: A basic hula step
Explanation: The "kaholo" is a fundamental hula movement involving a side-to-side step. It represents the flowing movement of the ocean waves, reflecting the natural beauty of Hawaii.

'Auana
Meaning: To wander or modern style
Explanation: 'Auana refers to the modern style of hula that developed after Western influence. It is performed with melodic music and instruments like the ukulele and guitar.

Aloha
Meaning: Love, respect, peace
Explanation: Aloha represents kindness, compassion, and connection in Hawaiian culture.

Mga Salitang Hawaiiano at ang Kanilang mga Kahulugan

Kahulugan ng Tutu: Lola Paliwanag: Sa kulturang Hawaiiano, ang "Tutu" ay isang termino ng pagmamahal at paggalang sa isang lola. Ito ay sumisimbolo sa karunungan at mapag-arugang katangian ng mga nakatatanda.

Kahulugan ng Kaholo: Isang pangunahing hakbang sa hula. Paliwanag: Ang "kaholo" ay isang pangunahing galaw ng hula na kinasasangkutan ng isang hakbang na pakaliwa. Kinakatawan nito ang agos ng mga alon sa karagatan, na sumasalamin sa natural na kagandahan ng Hawaii.

Kahulugan ng 'Auana: Paggala o modernong istilo. Paliwanag: Ang 'Auana ay tumutukoy sa modernong istilo ng hula na umunlad pagkatapos ng impluwensya ng Kanluranin. Ito ay tinutugtog gamit ang melodikong musika at mga instrumento tulad ng ukulele at gitara.

Aloha Kahulugan: Pag-ibig, paggalang, kapayapaan Paliwanag: Ang Aloha ay kumakatawan sa kabaitan, habag, at koneksyon sa kulturang Hawaiiano.

Hula Kahiko:
Hula kahiko is the ancient form of hula performed with chant and percussion. It honors the land, the gods, and the ancestors of Hawaii.

Hula ʻAuana:
Hula ʻauana is the modern style of hula danced to songs with instruments. It expresses love, beauty, and the joy of Hawaiian life.

Hula: Hula is a traditional Hawaiian dance that tells stories through graceful movements and gestures. Each movement in hula has a specific meaning, often related to nature, emotions, and Hawaiian mythology.

Hawaiian Culture: The culture is rich with traditions and values that emphasize respect for nature, community, and family. Learning and performing hula is one way to pass on these values and keep the culture alive.

Sayaw na Klasiko:

Ang hula kahiko ay ang sinaunang anyo ng hula na tinatanghal nang may kasamang chant at percussion. Ito ay nagbibigay-pugay sa lupain, sa mga diyos, at sa mga ninuno ng Hawaii.

Sayaw sa Ballroom:

Ang hula ʻauana ay ang modernong istilo ng pagsayaw ng hula na sinasayaw kasabay ng mga awiting may mga instrumento. Nagpapahayag ito ng pagmamahal, kagandahan, at ng kagalakan ng buhay sa Hawaii.

Hula: Ang hula ay isang tradisyonal na sayaw ng Hawaii na nagkukuwento sa pamamagitan ng magaganda at magagandang galaw. Ang bawat galaw sa hula ay may partikular na kahulugan, na kadalasang nauugnay sa kalikasan, emosyon, at mitolohiya ng Hawaii.
Kulturang Hawaiian: Ang kultura ay mayaman sa mga tradisyon at pagpapahalagang nagbibigay-diin sa paggalang sa kalikasan, komunidad, at pamilya. Ang pag-aaral at pagtatanghal ng hula ay isang paraan upang maipasa ang mga pagpapahalagang ito at mapanatiling buhay ang kultura.

THE GIFT SHOP

Embark of your next adventure

You might also like

Learn Kahiko

Hula Collection

https://booksbyschaaf.com/mermaid-collection

THE GIFT SHOP

Embark of your next adventure

You might also like

Mermaid Series

Scuba Steve

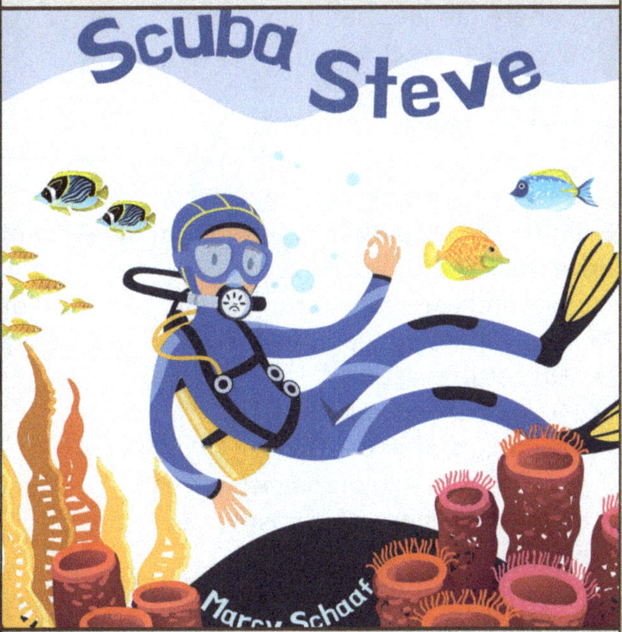

QR Partners

Corporate Program

A Simple QR Code That Entertains Families and Pays You!

Families are already scanning QR codes throughout your property.

Now you can turn those moments into engaging children's entertainment and a new revenue stream — without adding work for your team.

What Is the QR Code Program?

We provide a single, branded QR code that gives families instant access to a curated library of children's digital books in multiple languages.

No apps.

No logins.

No staff training.

Guests scan and enjoy — that's it.

Why Hotels & Resorts Participate

- 📱 Immediate entertainment for children
- 🌍 Multilingual content for international guests
- ⭐ Improved family guest satisfaction and reviews
- 💰 Passive revenue with no upfront cost
- 🧾 No inventory, storage, or maintenance

Once the QR code is placed, the program runs automatically.

Ideal Placement Locations

- Guest rooms
- Pool and lounge areas
- Kids clubs
- Gift shops
- Breakfast and waiting areas

Anywhere families naturally pause.

How Guests Use It

1. Scan the QR code
2. Pick Language
3. Instantly access to children's book
4. One free book every month!

Everything works directly in the browser — no APP to download.

Revenue for Your Property

Every purchase made through your hotel's unique QR code is tracked and shared.

- Your property receives 30% of all guest purchases
- No setup fees
- No monthly costs
- No financial risk

If guests choose to purchase, you earn.

If they don't, there is no cost to you.

Why This Works for Hotels

This program functions like a digital children's amenity:

- Always available
- Always updated
- No physical wear or loss
- No staff involvement

It enhances the guest experience while quietly generating income.

Easy to Test, Easy to Expand

We offer:

- Pilot programs
- Single-location trials
- Multi-property rollout options

Each QR code is uniquely tracked, so performance and revenue remain transparent.

Let's Partner

If your property serves families or international travelers, this program is a natural fit.

to sign up https://payhip.com/BooksBySchaaf/contact

Programa ng Korporasyon ng QR Partners Isang Simpleng QR Code na Nag-aaliw sa mga Pamilya at Nagbabayad sa Iyo!
Ini-scan na ng mga pamilya ang mga QR code sa buong property ninyo.
Ngayon ay maaari mo nang gawing nakakaengganyong libangan ng mga bata at bagong mapagkukunan ng kita ang mga sandaling iyon — nang hindi nagdaragdag ng trabaho para sa iyong koponan.
Ano ang Programa ng QR Code?
Nagbibigay kami ng iisang branded na QR code na nagbibigay sa mga pamilya ng agarang access sa isang napiling library ng mga digital na librong pambata sa iba't ibang wika.
Walang mga app.
Walang mga pag-login.
Walang pagsasanay sa mga kawani.
Nag-i-scan at nag-eenjoy ang mga bisita — iyon lang.
Bakit Nakikilahok ang mga Hotel at Resort

📱 Agarang libangan para sa mga bata
🌍 Nilalaman na maraming wika para sa mga internasyonal na bisita
⭐ Pinahusay na kasiyahan at mga review ng bisitang pampamilya
💰 Passive income na walang paunang bayad
🧾 Walang imbentaryo, imbakan, o pagpapanatili
Kapag nailagay na ang QR code, awtomatikong tatakbo ang program
Mga Mainam na Lokasyon ng Paglalagay
Mga silid ng bisita
Mga lugar ng swimming pool at lounge
Mga club ng bata
Mga tindahan ng regalo
Mga lugar para sa almusal at paghihintay
Kahit saan natural na humihinto ang mga pamilya.
Paano Ito Ginagamit ng mga Bisita
I-scan ang QR code
Pumili ng Wika
Agad na pag-access sa aklat pambata
Isang libreng libro bawat buwan!
Gumagana nang direkta ang lahat sa browser — walang APP na kailangang i-download.
Kita para sa Iyong Ari-arian Ang bawat pagbili na ginawa gamit ang natatanging QR code ng iyong hotel ay sinusubaybayan at ibinabahagi.
Ang iyong ari-arian ay tumatanggap ng 30% ng lahat ng binili ng bisita
Walang bayad sa pag-setup
Walang buwanang gastos
Walang panganib sa pananalapi
Kung pipiliin ng mga bisita na bumili, kikita ka.
Kung hindi nila gagawin, wala kang babayaran.
Bakit Ito Gumagana para sa mga Hotel Ang programang ito ay gumagana tulad ng isang digital na amenity para sa mga bata:
Laging available
Palaging ina-update
Walang pisikal na pagkasira o pagkawala
Walang pakikilahok ng kawani
Pinahuhusay nito ang karanasan ng mga bisita habang tahimik na kumikita.
Madaling Subukan, Madaling Palawakin Nag-aalok kami ng:
Mga programang piloto
Mga pagsubok na may iisang lokasyon
Mga opsyon sa paglulunsad ng maraming ari-arian
Ang bawat QR code ay sinusubaybayan nang natatangi, kaya nananatiling malinaw ang performance at kita.
Makipagtulungan Tayo Kung ang iyong ari-arian ay para sa mga pamilya o mga manlalakbay na internasyonal, ang programang ito ay angkop para sa iyo.
para mag-sign up https://payhip.com/BooksBySchaaf/contact

Join Our
Books By Schaaf
AFFILIATE PROGRAM
$ EARN COMMISSIONS!
GET YOUR UNIQUE LINK
SHARE AMAZING BOOKS
Promote Kids' Books & Earn Money!
Easy $$$
Share & Promote
Inspire Young Readers

Affiliate Program

Join the Books By Schaaf Affiliate Team!

Love children's books, language learning, and inspiring young readers around the world? Now you can earn while sharing stories that matter.

As a Books By Schaaf Affiliate, you'll earn commission every time someone purchases through your unique link. It's simple, fun, and rewarding!

✅ Why Join?

📚 Promote 500+ engaging children's books

🌍 Support bilingual & multicultural learning

💰 Earn commission on every sale

🎯 No inventory. No upfront costs. No tech skills needed.

Perfect for:

Parents & teachers

Bloggers & influencers

School groups

Travel & hospitality partners

Anyone who loves helping kids learn

💡 How It Works

Sign up as an affiliate

Get your personal link

Share it online, in emails, or in person

Earn commissions when people buy

That's it!

❤️ Make an Impact While You Earn

Every book you share helps children:

✓ Build confidence

✓ Learn new languages

✓ Discover the joy of reading

Join today and become part of a global reading movement.

👉 Sign up now and start earning!

Programang Kaakibat Sumali sa Koponan ng Kaakibat ng Mga Libro Ni Schaaf!

Mahilig ka ba sa mga librong pambata, pag-aaral ng wika, at pagbibigay-inspirasyon sa mga batang mambabasa sa buong mundo? Ngayon ay maaari ka nang kumita habang nagbabahagi ng mga mahahalagang kwento.

Bilang isang Books By Schaaf Affiliate, kikita ka ng komisyon sa bawat pagkakataong may bibili gamit ang iyong natatanging link. Simple, masaya, at kapaki-pakinabang ito!

✅ Bakit ka sasali?

📚 I-promote ang mahigit 500 na nakakaengganyong aklat pambata 🌍 Suportahan ang pag-aaral ng bilingguwal at multikultural 💰 Kumita ng komisyon sa bawat benta 🎯 Walang imbentaryo. Walang paunang gastos. Hindi kailangan ng mga kasanayan sa teknolohiya.

Perpekto para sa:

Mga Magulang at Guro Mga Blogger at Influencer Mga Grupo sa Paaralan Mga Kasosyo sa Paglalakbay at Hospitality Sinumang Mahilig Tumulong sa mga Bata na Matuto 💡 Paano Ito Gumagana Mag-sign up bilang affiliate Kunin ang iyong personal na link Ibahagi ito online, sa mga email, o nang personal Kumita ng mga komisyon kapag bumili ang mga tao Iyon lang!

❤️ Mag-ambag Habang Kumikita. Ang bawat aklat na ibinabahagi mo ay nakakatulong sa mga bata:

✓ Bumuo ng tiwala sa sarili ✓ Matuto ng mga bagong wika ✓ Tuklasin ang saya ng pagbabasa Sumali ngayon at maging bahagi ng isang pandaigdigang kilusan sa pagbabasa.

👉 Mag-sign up na ngayon at magsimulang kumita!

Books By Schaaf

www.BookBySchaaf.com

Bilingual kids books

Paperback, eBooks and Audio

10 minute behind the scenes Podcast on Spotify

Songs exclusively on Audio version

Some books have companion coloring books

www.ingramcontent.com/pod-product-compliance
Lightning Source LLC
LaVergne TN
LVHW082051051026
849532LV00011B/3555
* 9 7 9 8 2 9 5 6 7 2 6 6 8 *